YOUR KNOWLEDGE HAS VALUE

Bibliographic information published by the German National Library:

The German National Library lists this publication in the National Bibliography;
detailed bibliographic data are available on the Internet at http://dnb.dnb.de .

Imprint:

Copyright © 2019 GRIN Verlag
Print and binding: Books on Demand GmbH, Norderstedt Germany
ISBN: 9783346045874

This book at GRIN:

https://www.grin.com/document/491192

Gregory Kathurima Kapambana

Umuhimu na matumizi ya tafsiri katika jamii yetu

GRIN Verlag

GRIN - Your knowledge has value

Since its foundation in 1998, GRIN has specialized in publishing academic texts by students, college teachers and other academics as e-book and printed book. The website www.grin.com is an ideal platform for presenting term papers, final papers, scientific essays, dissertations and specialist books.

Visit us on the internet:

http://www.grin.com/

http://www.facebook.com/grincom

http://www.twitter.com/grin_com

CHUO KIKUU CHA NAIROBI

Jina la mwanafunzi:KATHURIMA G KAPAMBANA

Nambari ya somo:BSW103

MADA YA SOMO: UTANGULIZI WA UUUZI WA LUGHA KATIKA SOMO LA SWAHILI

Swali la nyanjani:

ELEZA UMUHIMU NA MATUMIZI YA TAFSIRI KATIKA JAMII YETU.

YALIYOMO   UKURASA

Katika somo la BSW103 nilihitajika kueleza umuhimu na matumizi ya tafsiri katika jamii yetu.

Kwanza kabisa kabla ya kuangalia umuhimu na matumizi ya kutafsiri ningetaka kuzungumzia

hii dhana kwa undani zaidi ili kuelewa vyema. Kwa kuzungumzia hii dhana ya tafsiri nitawataja

wataalamu kadha wanao jadili hii dhana ya tafsiri.

Maoni Ya Wataalamu Kuhusu Tafsiri

Mwansoko (1996) ,anasema tafsiri ni zoenzi la uhawilishaji wa mawazo katika maandishi kutoka

lugha moja hadi nyingine. Mawazo kati ya lugha chanzi (lugha asili) na lugha lengwa sharti

yawiane au yawe sawa na wala haiwezekani mawazo ya matini hizo kuwa sawa kabisa. Pia tafsiri

hii imeelezwa na Mwansoko na wenzake (2013) kuwa ni zoenzi la uhawilishaji wa mawazo katika

maandishi kutoka lugha moja hadi nyingine.

Mtaalamu mwingine ni Mshindo (2010:2) anaanza kwa kutoa historia ya dhana ya kufasiri

'kietimolojia' dhana ya kufasiri imetokana na neno la kilatini **translatio**,lenye maana ya

kupeleka upande wa pili au kuleta upande wa pili. Mtaalamu huyu anajaribu kufasili dhana hii

kuwa kufasiri ni kufafanua maana ya matini moja na kutayarisha baadaye matini nyingine

inayowiana , nayo ambayo huitwa tafsiri na ambayo inawakilisha ujumbe ule ule uliomo katika

matini ya awali kwa kutumia lugha nyingine.

Mtaalamu mwingine ni Newmark (1982) anasema tafsiri ni jaribio la kuwasilisha ujumbe ule ule

ulioandikwa katika lugha moja kwa lugha nyingine. Pia wataalamu walioandika kamusi ya TUKI

(2002) wanasema kuwa tafsiri ni kueleza maana ya maneno kutoka lugha moja kwenda lugha

nyingine.

Wataalamu wengine ni kama vile Nida na Taber (1969), wanaeleza kuwa tafsiri hujumuisha

kuzalisha upya ujumbe wa lugha chanzi kwa kutumia visawe vya asili vya lugha lengwa vinavyo

3

karibiana zaidi na lugha chanzi kimaana na kimtindo. Nida na Taber wanatilia mkazo uzalishaji upya kwa kutumia visawe asili vinavyokaribiana na matini chanzi kimaana na kimtindo. Kutokana na maana hizi wanasema kuwa tafsiri hufanywa katika ujumbe uliopo katika maandishi,ni jaribio la kiuhawasilishaji na wazo linalotafisriwa huwa na visawe vinavyo karibiana na si sawa kutokana na tofauti za kiisimu,kihistoria,kitamaduni na kimazingira.

Kutokana na hawa wataalamu wote tunaweza toa hoja tatu ambazo tafsiri iliyokamilika inapaswa kuwa nazo. Kwanza mawazo yanayotakiwa kutafsiriwa sharti yawe katika maandishi. Pili mawazo au ujumbe kati ya lugha chanzi na lugha lengwa sharti yalingane. Na tatu tafsiri in apaswa kutoa maana ya maneno na mawazo kamili toka kwa lugha chanzi(asili).

Kabla ya kuangalia umuhimu ningetaka kuzungumzia juu ya mambo muhimu yanayostahili kurejelewa tunapoangalia dhana ya tafsiri. Kuna mambo matatu unapaswa kuzingatia wakati wa au kabla ya kuanza kutafsiri. Kwanza unatakiwa kusoma matini nzima. Mtu anayetaka kutafsiri matini yoyote yale jambo la kimsingi la kuzingatia ni kusoma matini nzima tena kwa umakinifu ili kuelewa maudhui ya matini chanzi kuweka alama sehemu za matini zenye utata au zisizoeleweka vizuri,hii itamsaidia kubaini ni aina gani ya marejeleo muhimu yatakayo msaidia kutafsiri,mfano wa marejeleo hayo ni kama vile kamusi au enisklopedia.

Jambo la pili mtafsiri anapaswa kufanya ni kubaini lengo la matini chanzi. Baada ya kuisoma matini chanzi je! Waweza kubaini lengo la matini chanzi ni nini?,kubaini lengo la matini kutakusaidia kuweza kutafsiri bila kukinzana na lengo la matini chanzi.

Jambo la tatu mfasiri anapaswa kuzingatia ni kubaini wasomaji lengwa. Kabla ya mfasiri hajabaini wasomaji wa matini yake ya tafsiri ni vema kwanza abaini hadhira ya matini chanzi na ndipo abaini wasomaji mahususi wa matini yake ya tafsiri. Anatakiwa ajiulize maswali kama vile ,wasomaji wa matini yake wana kiwango kipi cha elimu ,pia anapaswa ajiulize kama hadhira yake imo katika tabaka lipi katika jamii, na pia ajiulize hadhira yake wana umri gani na ni wa jinsia gani.

Umuhimu Wa Tafsiri Katika Jamii

Tafsiri ina umuhimu au dhima kubwa sana katika jamii,ama pia tunaweza sema kupitia kutafsiriwa kwa lugha mbalimbali tunaweza pata faida nyingi katika jamii iwe ni katika uwanja wa biashara,dini au hata kwa masomo au pia mambo ya kawaida tunayotenda katika jamii.

Umuhimu wa kwanza wa tafsiri ni kuwa tafsiri ni nyezo za kuelezea utamaduni kutoka jamii moja kwenda jamii nyingine, mfano kupitia tafsiri ya biblia au kurani. Pia katika tafsiri ya fasihi simulizi toka kwa lugha ya jamii moja hadi nyingine tunaweza kuelewa utamaduni wa jamii hiyo,mfano,nyimbo za kitamaduni.

Umuhimu wa pili ni kuwa ni mbinu ya kujifunzia au kufundisha lugha kimsamiati na kisarufi. Hii ni kumaanisha kuwa mtafsiri baada ya kufanya kazi nyingi ya tafsiri ataweza kuwa na tajiriba na ukwasi wa lugha kimsamiati na kisarufi na pia kujua kanuni za lugha hiyo anayo tafsiri kwa upeo mkubwa sana. Kwa mfano mtu anayefanya utafsiri toka lugha ya kimombo hadi lugha ya Kiswahili ,huyu mtu atakuwa na tajiriba ya kimsamiati na sarufi na atachangia pakubwa sana katika ustawi wa lugha ya Kiswahili.

Umuhimu wa tatu wa tafsiri ni kuwa tafsiri ni kazi ya ajira kama kazi zingine. Hii ni kumaanisha kuwa kama vile mkulima anavyopata pato lake katika ukulima hata mtafsiri huwa anapata pato lake kwa kazi ya kutafsiri. Kwa mfano kampuni nyingi kama vile mtandao wa kijamii **facebook** umewajiri watu wengi sana wakutafsiri mambo yaliyo na umuhimu kwa huu mtandao na kuya weka kwa lugha ya Kiswahili.

Umuhimu wa nne wa tafsiri ni kuwa tafsiri ni njia ya mawasiliano au daraja kati ya watu au jamii mbili zinazotumia lugha tofauti. Kwa mfano mfanyibiashara kutoka nchini Uchina akitaka kuuza bidhaa ,tuseme simu za mikononi nchini Kenya ,itamlazimu kutafuta mtu awe anatafsiri kwa lugha ambayo wanunuzi wataelewa ili awape maagizo wanayo paswa kufuata wanapotumia kifaa hicho. Na ili tunaona ndilo lengo kuu la tafsiri yaani kuwasiliana au mawasiliano.

Umuhimu wa tano wa tafsiri ni kuwa huu utafsiri humliwaza mfasiri , na hii ni baada ya kumaliza kutafsiri. Hii ina maana kuwa mfasiri anapomaliza kufasiri na iwe kwamba amefanikiwa kwa shughuli nzima,huwa anajiona amefanya jambo la maana sana hii umtia moyo katika kazi ya ufasri na pia itamfanya azidi kutafsiri na itachangia pakubwa sana katika ukuzi wa lugha anayo tafsiri.

Umuhimu wa sita ni kuwa tafsiri usaidia katika masuala ya kidiplomasia na uhusiano wa kimataifa ,kwa mfano nchi kama Somalia huwa inadai sehemu nyingi zilizoko Kenya ni kati ya maeneo ya nchi yao. Kusuluhisha huu mgogoro kidiplomasia Kenya ina paswa kuchukua zile **hati** zilizoandikwa na wakoloni ambazo zimeandikwa kwa kimombo na kuzitafsri kwa lugha ya Kiswahili ambayo nchi kama Somalia ambayo iko kwa Afrika mashariki wataweza kuelewana vyema.

Umuhimu wa mwisho ni tafsiri inamsaidia mfasiri mwenyewe kujua na kujifunza lugha geni. Tuseme kuwa mfasiri anatafsiri Kifaransa hadi lugha ya kiingereza,utaona ya kwamba kupitia huu ufasri atapata kuelewa kimombo zaidi kadiri ya vile anavyoendelea kutafsiri.

Matumizi ya Tafsiri Katika Jamii

Wakati mwingine tunapo angalia matumizi ya tafsiri mara mingi huwa yana kanganya kwa kuwa kiasi kikubwa ni kama umuhimu. Tafsiri ina matumizi mengi katika jamii ya kisasa. Kwanza kabisa tafsiri hutumika katika uandishi wa vitabu, kwa mfano biblia ilitafsiriwa toka lugha ya kiingereza

hadi katika lugha lengwa ambayo ni jamii ya Wameru. Hivyo tunaweza sema kuna matumizi ya

tafsiri kwa biblia kwa lugha kadhaa za jamii nyingi. Pia riwaya ya **betrayal in the city** ilitafsiriwa

kwa lugha ya Kiswahili na kuitwa usaliti mjini,kutafsiri kwa hii riwaya katika lugha ya Kiswahili

ilikuwa na maana ya kuleta maudhui yaliyo katika iyo riwaya kwa jamii.

Matumizi mengine ya tafsiri ni katika kuandika methali za Kiswahili kutoka lugha mame nyingi

za kiafrika. Pia methali nyingi za Kiswahili zimekopwa kutoka lugha ya kimombo ,kwa mfano

'Rome was not build in a day',kwa Kiswahili imetafsriwa kuwa **haba na haba hujaza kibaba.** Pia

matumizi na uundaji mpya wa msamiati umesaidia pakubwa sana kuimarika kwa lugha nyingi.

Matumizi mengine ni kuwa waimbaji utafsiri nyimbo kutoka kwa lugha moja hadi nyingine kwa

mfano nyimbo nyingi kutoka kwa jamii ya **kizulu** iliyoko Afrika kusini zimetafsiriwa kwa wingi

katika lugha za kiswahili na kimombo. Pia waimbaji wengi wametafsiri nyimbo toka kwa lugha ya

kingereza na kusiimba kwa lugha mame,hivyo basi matumizi hayo yamesaidia sana kuenea kwa

lugha geni katika jamii mbalimbali.

HITIMISHO

Kwa kuitimisha ningesema kuwa tafsiri ni dhana ama jambo la umuhimu sana kwa nchi ama jamii

inayostawi. Kwa mfano nilizungumzia wanabiashara wakutoka ughaibuni ,huwa wana potaka kuuza

bidhaa zao kwa jamii fulani huwa hawatatumia lugha ya kwao mbali huwa wanatumia lugha ya jamii

ama nchi iyo waliyomo ili kuteka mawazo ya wanunuzi na hii imechangia pakubwa sana kwa maendeleo

ya nchi. Pia katika teknolojia tafsri imesaidia kutafsiri mambo ama misamiati migumu kwa lugha wanayo

elewa watumizi. Kwa hivyo kwa jamii yoyote ile inayokua lazima ikumbatie mfumo wa tafsiri katika

mtaala wao wa elimu..

MAREJELEO

Mshindo ,H.B (2010).*Kufasiri Na Tafsiri*,chuo kikuu cha Chakwani,Zanzibar.

Mwansoko:H.J.M na wenzake (2006*). Kitangulizi Cha Tafsiri Nadharia Na Mbinu* ,Dar es salaam :TUKI .

Newmark .p (1988) .*A Textbook Of Translation* ,London.Heineman.

Nida,E.A and R .Taher(1969).*The Theory And Practice Of Translation*. London.

YOUR KNOWLEDGE HAS VALUE

- We will publish your bachelor's and master's thesis, essays and papers

- Your own eBook and book -
  sold worldwide in all relevant shops

- Earn money with each sale

Upload your text at www.GRIN.com
and publish for free